బుల్స్ మిల్క్

ఒకసారి అక్బర్ చక్రవర్తి అనారోగ్యం పాలయ్యాడు. ఒక వైద్యుడిని పిలిపించారు. వైద్యుడు రాజును పరీక్షించి కొన్ని మందులు ఇచ్చాడు. "ఈ ఔషధం మీకు వెంటనే నయం చేస్తుంది. అయితే మీరు దీనిని ఎద్దు పాలతో మాత్రమే తీసుకోవాలి." డాక్టర్‌కి బీర్బల్‌తో పాత శత్రుత్వం ఉంది. కాబట్టి, బీర్బల్‌ను కష్టాల్లోకి నెట్టడానికి అతను ఈ ట్రిక్ ఆడాడు. అక్బర్ రాజు

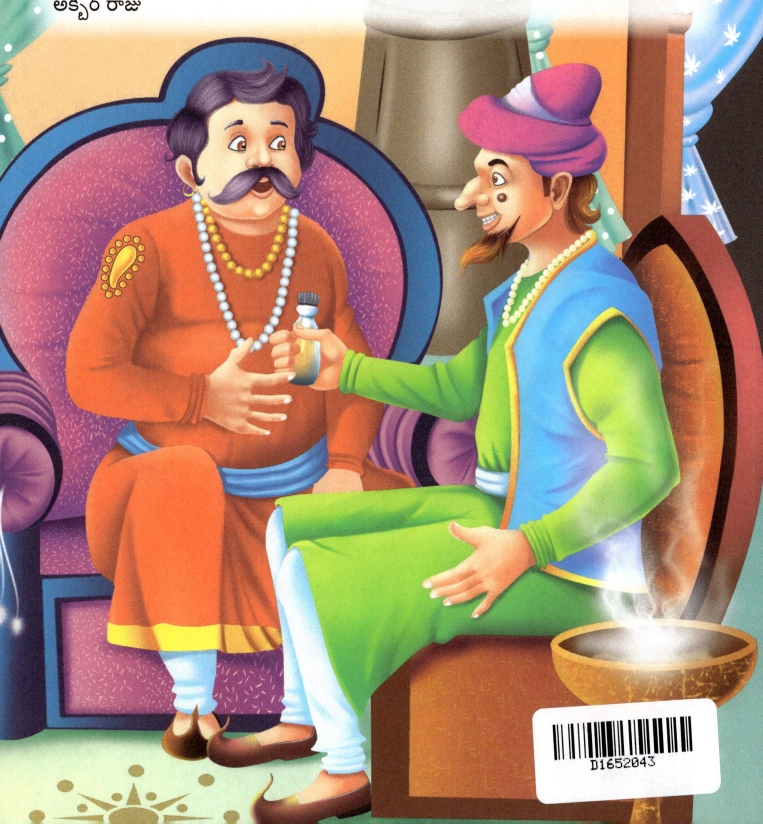

బీర్బల్‌ని పిలిచి, "నాకు ఎద్దు పాలు కావాలి. వెళ్లి ఏ ధరకైనా తీసుకురండి" అని ఆదేశించాడు. బీర్బల్ ఇంటికి వెళ్ళాడు. తన తండ్రి చాలా విచారంగా మరియు కలవరపడటం అతని కుమార్తె గమనించింది. ఆమె అడిగింది అతని ఆందోళనకు కారణం. బీర్బల్ ఆమెకు అంతా చెప్పాడు. అతను చాలా ఆందోళన చెందాడు.

బీర్బల్‌లాగే అతని కూతురు కూడా చాలా తెలివైనది. ఇద్దరూ ఓ ప్లాన్ వేసుకున్నారు. బీర్బల్ తన కూతురిని అర్ధరాత్రి రాజ చెరువు వద్ద బట్టలు ఉతకడానికి పంపాడు. అక్కడికి వెళ్లి బట్టలు ఉతకడం మొదలుపెట్టింది. అక్బర్ నిద్రకు భంగం కలిగింది. బాలికను తన వద్దకు తీసుకురావడానికి గార్డులను పంపాడు

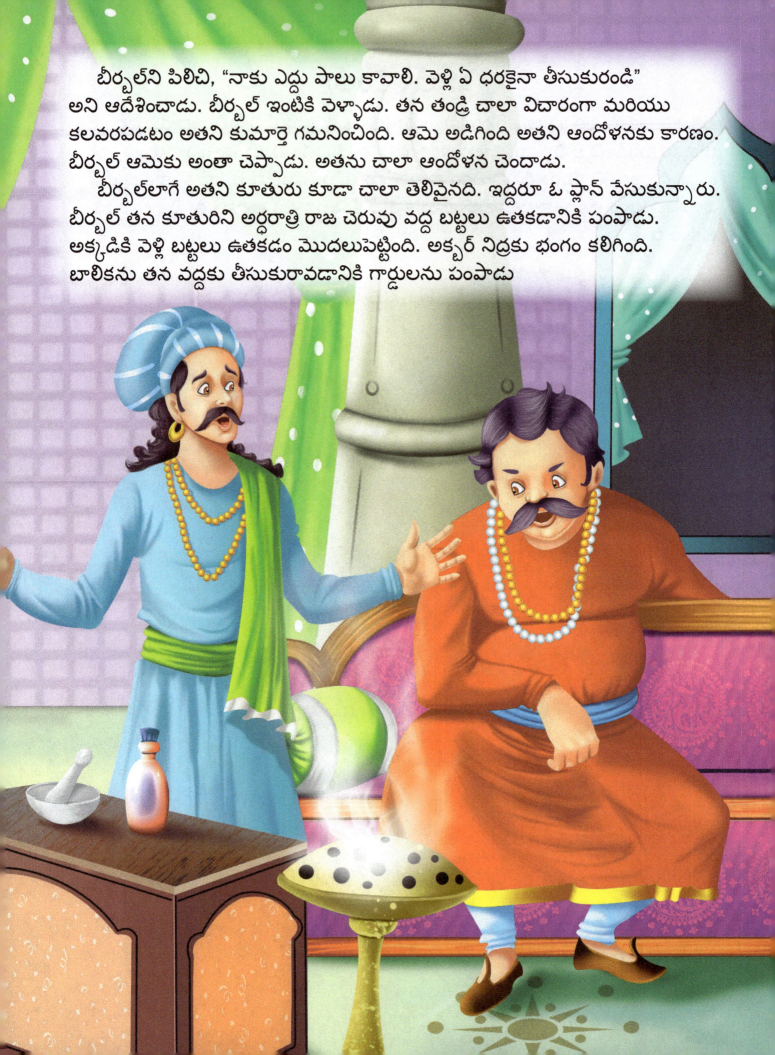

"ఇంత బేసి గంటలో బట్టలు ఎందుకు ఉతుకుతున్నావు?" అని అడిగాడు రాజు. "ఓ రాజా! మా నాన్నగారు ఇచ్చారు. ఈ రోజు ఒక బిడ్డకు జన్మనిచ్చింది. మంచానికే పరిమితమయ్యాడు. నాకు పగటిపూట సమయం దొరకలేదు. కాబట్టి, నేను బట్టలు ఉతుకుతున్నాను ఇప్పుడు," అమ్మాయి బదులిచ్చింది.

రాజు ఆశ్చర్యపోయి ఆ అమ్మాయితో ఇలా అన్నాడు: “మగవాళ్ళు పిల్లల్ని కనరు, నా ప్రియతమా!” ఆ అమ్మాయి, “నన్ను క్షమించు, నా ప్రభూ! మగవాళ్ళు పిల్లలు పుట్టకపోతే, ఎద్దు పాలు ఎలా ఇస్తుంది?” డాక్టర్ బీర్బల్‌పై డర్టీ ట్రిక్ ఆడాడని అక్బర్‌కి అర్థమైంది. అతను తన గురించి సిగ్గుపడ్డాడు మరియు అతను వైద్యుడిని నమ్మడం ఎంత మూర్ఖుడో గ్రహించాడు. అతను బీర్బల్ యొక్క తెలివిని కొనియాడాడు. మరియు అతని అన్యాయమైన ప్రవర్తనకు వైద్యుడు శిక్షించబడ్డాడు.

బీర్బల్ స్వర్గానికి ప్రయాణం

ఒకప్పుడు, అక్బర్ ఆస్థానంలో కొందరు అసూయతో కూడిన సభికులు బీర్బల్‌ను చంపడానికి కుట్ర పన్నారు.

వారు తమ ప్రణాళికను అమలు చేయమని రాజు మంగలిని ఒప్పించారు. వారు అతనికి కొన్ని బంగారు నాణేలను అందించారు బహుమతి.

మరుసటి రోజు ఉదయం, రాజు వద్దకు వెళుతున్నప్పుడు, క్షురకుడు ఇలా అన్నాడు, "మహానుభావుడా! నీ పూర్వీకుల యోగక్షేమాలను విచారించడానికి బీర్బల్ వంటి తెలివైన వ్యక్తిని స్వర్గానికి పంపాలి." రాజుకి ఆ ఆలోచన నచ్చింది.

కోర్టులో, రాజు బీర్బల్ ను స్వర్గానికి పంపే తన ప్రణాళికను వెల్లడించాడు. మంగలి సూచించినట్లు, అతను "బీర్బల్ నిప్పు పెట్టబడే చితిపై కూర్చుంటాడు. దాని పొగతో బీర్బల్ స్వర్గానికి చేరుకుంటాడు" అని ప్రకటించాడు.

ఇది విని బీర్బల్ షాక్ అయ్యాడు కానీ అతను మౌనంగా ఉన్నాడు. రహస్యంగా, అతను తన ఇంటి వైపు చితి క్రింద నుండి ఒక సొరంగం తవ్వాడు. నిర్ణయించిన రోజు, అతను చితిపై కూర్చున్నాడు. అతని శరీరమంతా చెక్క దుంగలతో కప్పబడి ఉంది. చితికి నిప్పంటించగా, బీర్బల్ నిశ్శబ్దంగా సొరంగం గుండా తప్పించుకున్నాడు.

ఆ సొరంగం ద్వారా సురక్షితంగా తన ఇంటికి చేరుకున్నాడు. బీర్బల్ ఇంట్లో ఉన్నాడని ఎవరికీ తెలియదు. తన రూపురేఖలు మార్చుకుని ఇంటి నుంచి బయటకు వచ్చాడు. తన హత్యకు కుట్ర పన్నిన వ్యక్తులను కనిపెట్టేందుకు మారువేషంలో పట్టణమంతా తిరిగాడు. కొద్దిరోజుల కష్టపడి అందరి పేర్లను కనుక్కున్నాడు.

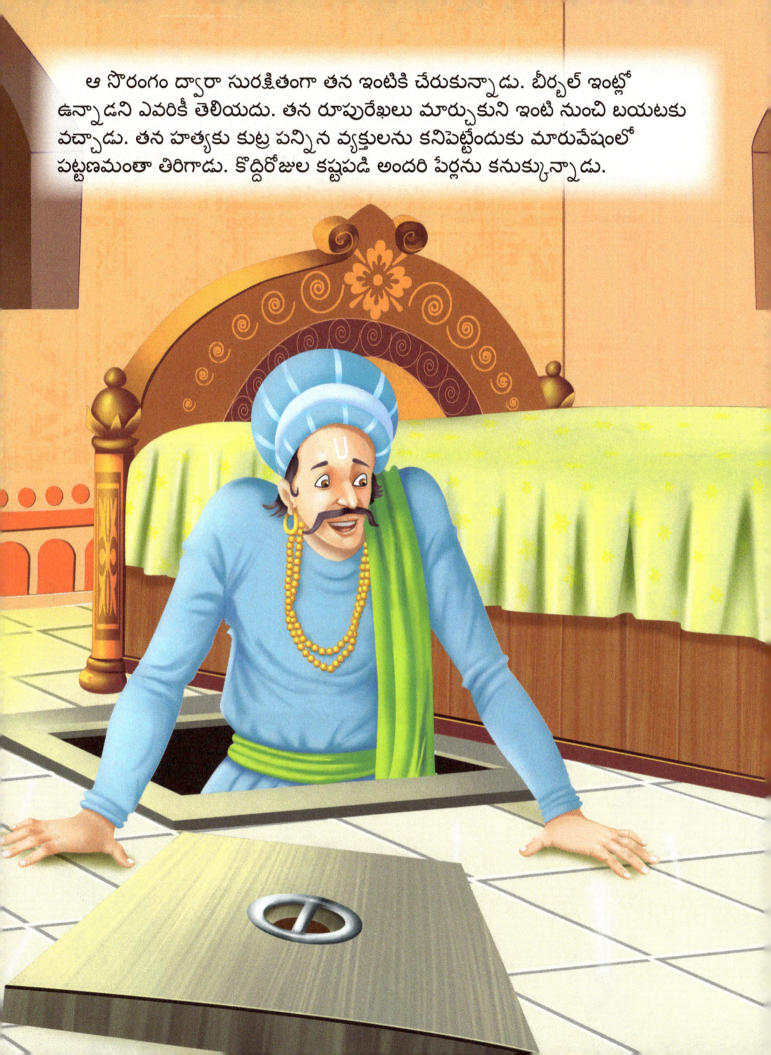

కొన్ని రోజుల తర్వాత, బీర్బల్ రాజు కోర్టుకు హాజరయ్యాడు. "మహానుభావుడా! అక్కడ మీ పూర్వీకులు బాగానే ఉన్నారు. అయితే, వారు తమ పొడవుగా పెరిగిన గడ్డాల గురించి చాలా ఆందోళన చెందుతున్నారు. వారు మీ మంగలిని మరియు సభికులను వెంటనే స్వర్గానికి పంపమని నన్ను కోరారు." రాజు అంగీకరించి ఏర్పాట్లు చేయమని ఆదేశించాడు. బార్బర్ మరియు సభికులు ఆశ్చర్యపోయారు. అక్బర్ ఆజ్ఞను పాటించడం తప్ప వారికి వేరే మార్గం లేదు. అయితే, అది కాదని వారు గ్రహించారు తెలివైన బీర్బల్‌ను మోసం చేయడం సులభం.

వ్యాపారి మరియు బంగారు నాణెం

ఒకసారి ఒక వ్యాపారి న్యాయం కోసం బీర్బల్ వద్దకు వచ్చాడు. అతను చెప్పాడు, "సార్, చాలా కాలం క్రితం, నా స్నేహితుడు అప్పు తీసుకున్నాడు నా నుండి వెయ్యి రూపాయలు. కానీ ఇప్పుడు, అతను నా డబ్బు తిరిగి చెల్లించడానికి నిరాకరిస్తున్నాడు." బీర్బల్ అతనికి హామీ ఇచ్చాడు న్యాయం జరుగుతుందని. కొన్ని రోజుల తర్వాత తిరిగి రావాలని కోరాడు. ఇంతలో బీర్బల్ వ్యాపారి స్నేహితుడిని పిలిచి "నీ వ్యాపారి స్నేహితుని దగ్గర వెయ్యి రూపాయలు అప్పుగా తీసుకున్నావా?" "లేదు సార్. అతని దగ్గర ఏ ప్రూఫ్ ఉంది?" అని అడిగాడు స్నేహితుడు. అతన్ని మరింత ప్రశ్నించకుండా, బీర్బల్ అతన్ని వెళ్ళమని అడిగాడు.

మరుసటి రోజు, బీర్బల్ వ్యాపారిని మరియు అతని స్నేహితుడిని పిలిచాడు. ఒక్కొక్కరికీ ఒక డబ్బా నెయ్యి ఇచ్చి, "ఈ నెయ్యి నాకోసం అమ్మండి" అన్నాడు. నెయ్యి డబ్బాలు తీసుకుని వెళ్లిపోయారు. బీర్బల్ తన నిజాయితీని పరీక్షించడానికి తన టిన్‌లో బంగారు నాణెం పడేసినట్లు వ్యాపారి స్నేహితుడికి తెలియదు.

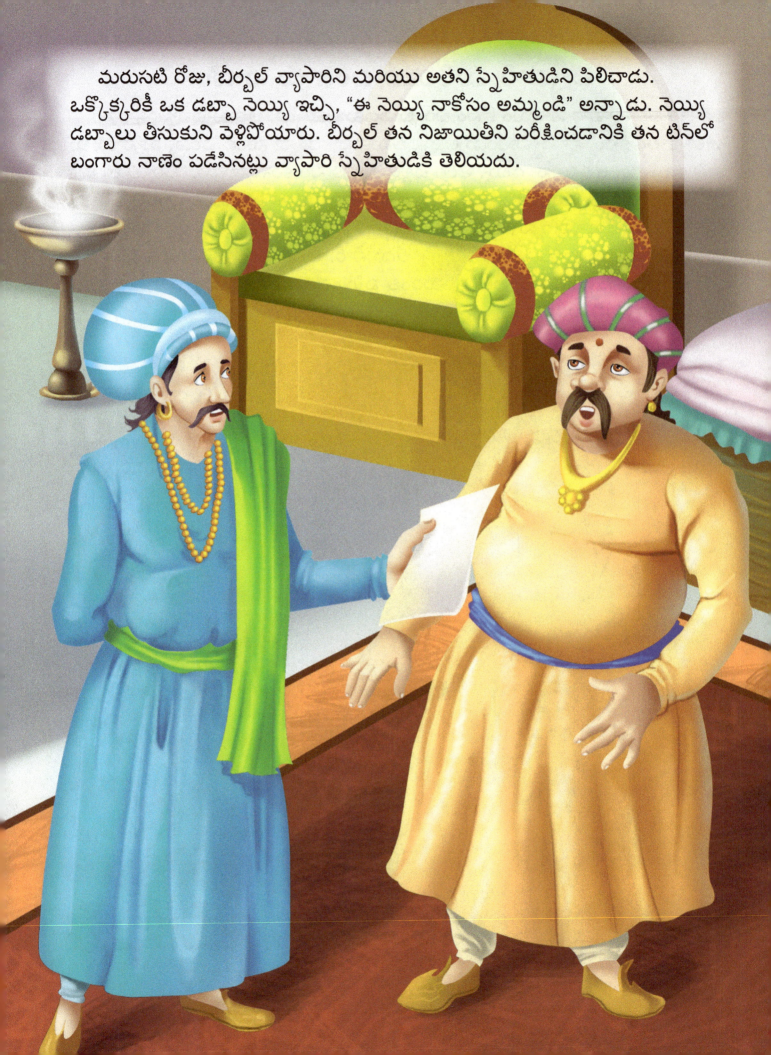

నెయ్యి అమ్మిన తరువాత, వ్యాపారి మరియు అతని స్నేహితుడు తమ వద్ద ఉన్న డబ్బు ఇవ్వడానికి బీర్బల్ వద్దకు తిరిగి వెళ్లారు సేకరించారు. బీర్బల్ స్నేహితుడిని అడిగాడు, "నీకు టిన్ నుండి బంగారు నాణెం వచ్చిందా?" ఎలాంటి సంకోచం లేకుండా, అతను "లేదు సార్. నేను చేయలేదు" అని జవాబిచ్చాడు.

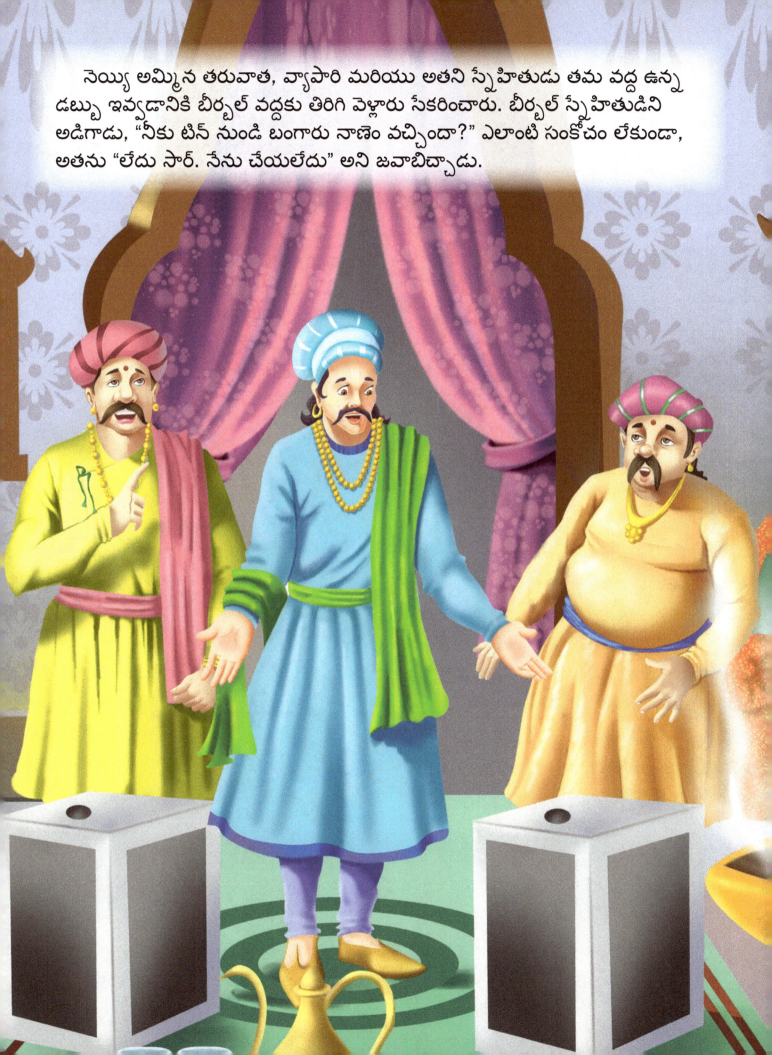

వ్యాపారి స్నేహితుడి కొడుకుని తీసుకురావడానికి బీర్బల్ నిశ్శబ్దంగా ఒక సైనికుడిని తన ఇంటికి పంపాడు. అని బీర్బల్ ప్రశ్నించాడు బాలుడు మరియు అతను చాలా అమాయకుడిగా మరియు నిజాయితీగా ఉన్నాడు. తన తండ్రి బంగారం తీసుకున్నట్లు వెల్లడించాడు టిన్ నుండి నాణెం. కొడుకు తన తండ్రి వ్యాపారితో నిలబడి ఉండడం చూసి, "నాన్నా, నువ్వున్నావు మామయ్య దగ్గర అప్పుగా తీసుకున్న డబ్బు తిరిగి ఇచ్చావా?"

ఇప్పుడు తండ్రి నిజం దాచలేకపోయాడు. అతని మొహం సిగ్గుతో పడిపోయింది. అతను బీర్బల్‌ను క్షమించమని అడిగాడు. బీర్బల్ వ్యాపారి డబ్బును తిరిగి ఇవ్వమని బాలుడి తండ్రిని ఆదేశించాడు. అతను తన కొడుకు నిజాయితీ మరియు నిజాయితీకి ప్రతిఫలమిచ్చాడు. అక్కడ ఉన్న ప్రజలందరూ బీర్బల్ యొక్క తెలివి మరియు సరైన న్యాయాన్ని ప్రశంసించారు.

అక్బర్ వివాహం

ఒకరోజు, రాణి బీర్బల్‌ను తొలగించి తన సోదరుడిని వజీర్‌గా నియమించమని అక్బర్ రాజును కోరింది. రాజుకి ఆ ఆలోచన నచ్చలేదు. అయితే, అప్పుడు అతను అలా చేయడానికి అంగీకరించాడు. రాణి రాజుతో, "నన్ను తయారు చేయమని బీర్బల్‌ని అడగండి మీ ముందు క్షమాపణ చెప్పండి. నేను అలా చేయకపోతే మీరు అతనిని తొలగించాలి."

మరుసటి రోజు, రాజు బీర్బల్‌ను పిలిచి, “మీరు రాణిని నాకు క్షమాపణ చెప్పాలి, లేకపోతే నేను నిన్ను వజీర్ కార్యాలయం నుండి తొలగిస్తాను” అని చెప్పాడు. నిశ్శబ్దంగా, బీర్బల్ రాజభవనం నుండి బయటకు వెళ్ళాడు. అతను ఒక ప్రణాళిక ఆలోచించాడు. గార్డుని పిలిచి గుసగుసలాడాడు అతని చెవుల్లో ఏదో. తరువాత, అతను రాణిని కలవడానికి రాజభవనానికి వెళ్ళాడు. రాణికి రాజుకి మధ్య జరిగిన గొడవల

గురించి తనకేమీ తెలియదని రాణితో మాట్లాడటం మొదలుపెట్టాడు. అతను ఆమెతో మాట్లాడుతూ బిజీగా ఉండగా, గార్డు గదిలోకి ప్రవేశించి చెప్పాడు .బీర్బల్‌తో, "అయ్యా, అంతా ప్లాన్ ప్రకారం జరిగిందని రాజు చెబుతున్నాడు."

ఈ సంభాషణ విన్న రాణి, బీర్బల్‌ని అడిగింది, "గార్డు ఏ ప్లాన్ గురించి మాట్లాడుతున్నాడు?" "యువర్ హైనెస్! దానిని ఎవరికీ వెల్లడించడానికి నాకు అనుమతి లేదు" అని బీర్బల్

బదులిచ్చాడు. ఇప్పుడు, రాణి చాలా ఆందోళన మరియు కలత చెందింది. అంతకుముందు రోజు రాత్రి రాజుతో గొడవ పడినందున రాజు మరొకరిని పెళ్లి చేసుకోవాలని యోచిస్తున్నాడని ఆమె భావించింది.

వెంటనే ఆమె రాజు దగ్గరకు పరుగెత్తింది. కన్నీటి పర్యంతమై "దయచేసి నన్ను క్షమించు. ఇకపై నీతో గొడవ పడను. కానీ, మళ్ళీ పెళ్ళి చేసుకోకు" అని అతనికి క్షమాపణ చెప్పింది. రాజుకి పకపకా నవ్వాడు. రాణి తనకి క్షమాపణ చెప్పేలా చేయడంలో చాలా తెలివైన బీర్బల్ విజయం సాధించాడని అతనికి అర్థమైంది. అతను బీర్బల్ యొక్క తెలివిని కొనియాడాడు

వృద్ధురాలి డబ్బు బ్యాగ్

ఒకానొక సమయంలో, ఒక వృద్ధురాలు తీర్థయాత్రకు వెళ్లాలని నిర్ణయించుకుంది. ఆమె తన పొరుగువారి వద్దకు వెళ్లి, విష్ణు అని పేరు పెట్టింది మరియు తన బ్యాగ్ నిండా డబ్బు ఉంచమని అభ్యర్థించింది. కానీ విష్ణు బ్యాగ్‌ని ఉంచడానికి నిరాకరించాడు మరియు దానిని సురక్షితమైన స్థలంలో పాతిపెట్టమని సూచించాడు.

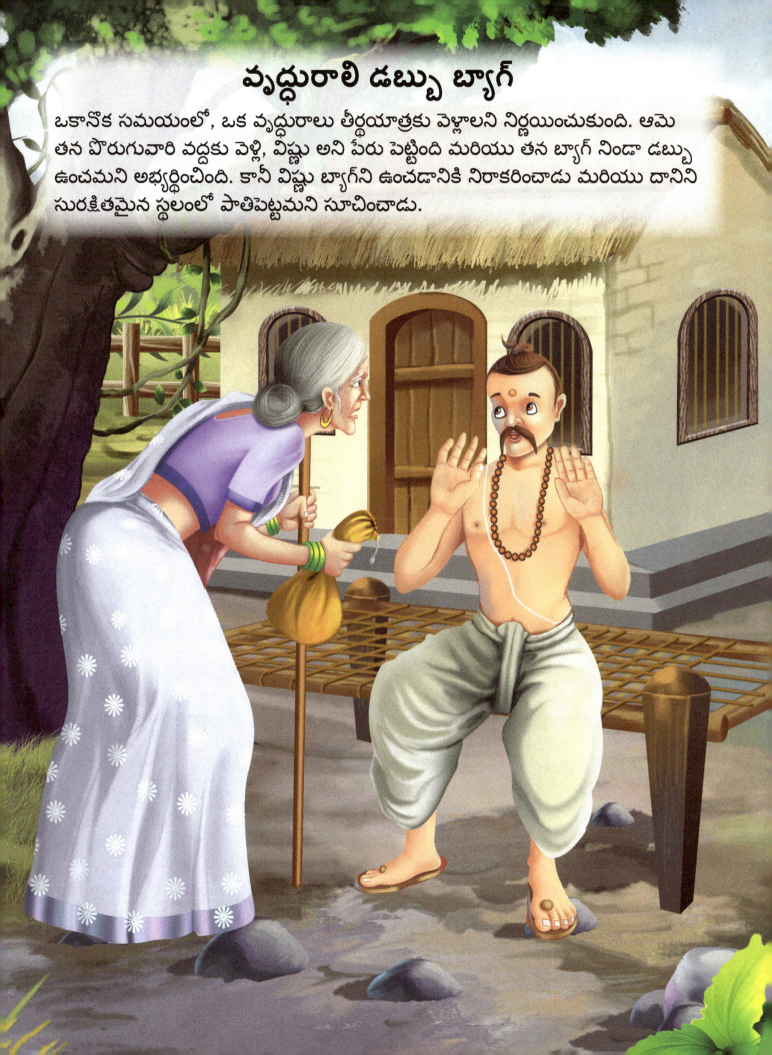

వృద్ధురాలు డబ్బు సంచిని తనకు కొద్ది దూరంలో పాత వేపచెట్టు దగ్గర పాతిపెట్టాలని నిర్ణయించుకుంది. దుర్మార్గుడైన విష్ణువు వృద్ధురాలిని పాతిపెట్టిన స్థలాన్ని రహస్యంగా చూశాడు డబ్బు సంచి. ఆ మహిళ తీర్థయాత్రకు వెళ్లగా, విష్ణు రాత్రి అక్కడికి వెళ్లి డబ్బును బయటకు తీశాడు సంచి. దాని స్థానంలో, అతను రాగి ముక్కలతో కూడిన మరో సంచిని పాతిపెట్టాడు.

కొన్ని రోజుల తర్వాత, వృద్ధురాలు తీర్థయాత్ర నుండి తిరిగి వచ్చింది. డబ్బు సంచి తీయడానికి వేపచెట్టు దగ్గరకు వెళ్లింది. ఆమె దాన్ని బయటకు తీసింది. దాన్ని తెరిచి చూడగా అందులో బంగారు నాణేలకు బదులు రాగి ముక్కలు కనిపించడంతో షాక్ తిన్నారు. ఆమె వెక్కివెక్కి ఏడవడం మొదలుపెట్టింది.

బీర్బల్ తెలివితేటల గురించి వృద్ధురాలు చాలా విన్నది. కాబట్టి, ఆమె బీర్బల్ వద్దకు వెళ్లి కథంతా చెప్పింది. బీర్బల్ ఆమెను ఓదార్చాడు మరియు ఆమెకు సహాయం చేస్తానని వాగ్దానం చేశాడు. విష్ణును కోర్టుకు పిలిపించి డబ్బు బ్యాగ్ కనిపించకుండా పోయిందని ఆరా తీశారు. అయితే ఆ బ్యాగ్ గురించి ఏమీ తెలియనట్లు విష్ణు నిరాకరించాడు. ఆ బ్యాగ్ గురించి నాకేమీ తెలియదు సార్. బీర్బల్ గ్రామ దర్జీని పిలిచాడు. అతన్ని చూడగానే విష్ణువు ముఖం పాలిపోయింది. వెంటనే దర్జీ బ్యాగ్‌ని గుర్తించి, "ఇది విష్ణువు రిపేరు కోసం నా దగ్గరకు తెచ్చిన బ్యాగ్" అన్నాడు.

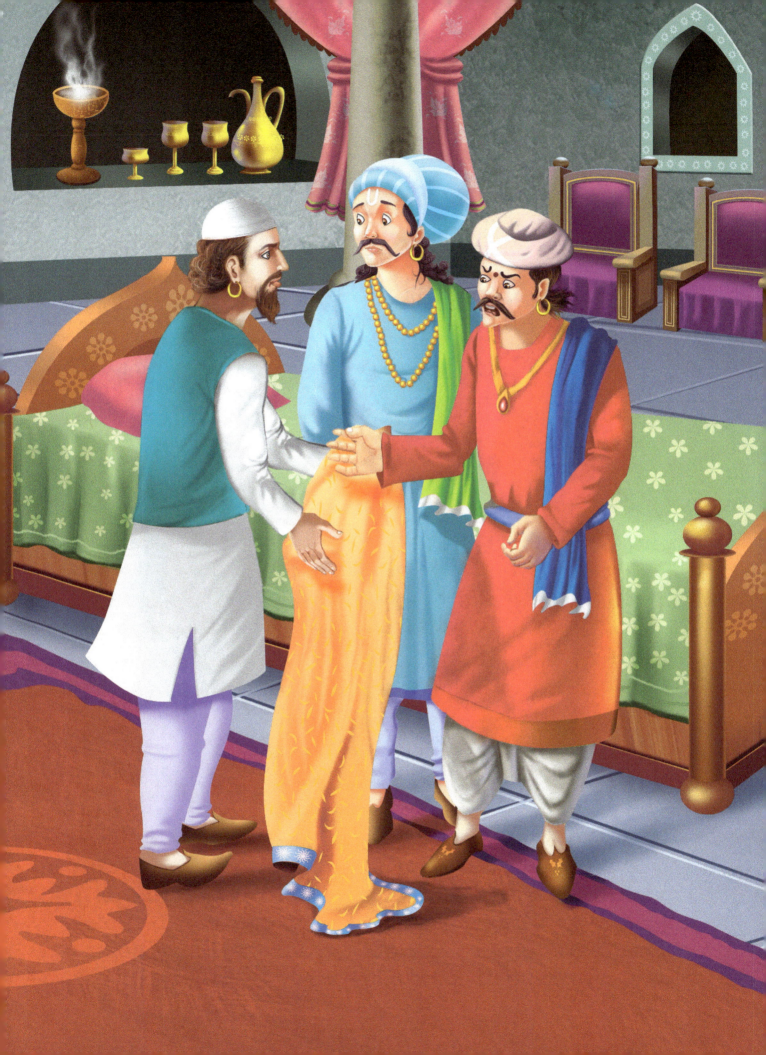

కాబట్టి విష్ణువు పట్టుబడ్డాడు. అతను తన నేరాన్ని అంగీకరించాడు. అతను బీర్బల్‌కు క్షమాపణలు చెప్పి, "దయచేసి నా తప్పుకు నన్ను క్షమించు" అన్నాడు. బంగారు నాణేలు ఉన్న వృద్ధురాలి డబ్బు సంచిని తిరిగి ఇవ్వమని బీర్బల్ అడిగాడు. విష్ణు ఆమె డబ్బు సంచిని తిరిగి ఇచ్చాడు. ఆమె సంతోషించింది. ఆమె బీర్బల్ యొక్క తెలివిని మెచ్చుకుంది మరియు అతని సమయానుకూల సహాయానికి ధన్యవాదాలు తెలిపింది.

దర్జీ

ఒకసారి బీర్బల్ రాజు అక్బర్‌తో మాట్లాడుతూ, కొంతమంది కార్మికులు తమ వద్ద ఉన్న కొన్ని వస్తువులను దొంగిలించేంత తెలివిగలవారని పని చేయడానికి ఇవ్వబడ్డాయి. కానీ అక్బర్ నమ్మలేదు. నిజం తెలుసుకోవాలంటే, రాజు రాయల్ టైలర్‌ని పిలిచి, అతని రాణి కోసం రవికె కుట్టించమని అడిగాడు.

దర్జీని కాపలాదారుల నిఘాలో రాజభవనంలో పని చేయమని అడిగారు. నాలుగు రోజుల తర్వాత, దర్జీ కొడుకు కాపలా గది కిటికీలోంచి తండ్రిని పిలిచాడు. అతను అతనిని అడిగాడు, "నాన్నా, మీరు గత నాలుగు రోజులుగా ఏమి చేస్తున్నారు?" టైలర్ కొడుకుని శాంతింపజేయడానికి ప్రయత్నిస్తూ, "బాధపడకు. ఈ రాత్రికి బ్లౌజ్ రెడీ అవుతుంది."

దర్జీకి ఎలాగోలా తన ఆట ఆడే అవకాశం వచ్చింది. అతను తన గుడ్డ ముక్కను లోపల పెట్టాడు బూట్లు. షూ జతను తన కుమారుడికి ఇచ్చాడు.

టైలర్ బ్లౌజ్ కుట్టించి రాణికి ఇచ్చాడు. ఒక రోజు, రాణి తన జాకెట్టు కుట్టిన అదే గుడ్డతో చేసిన బ్లౌజ్ ధరించిన స్త్రీని చూసింది. దీంతో ఆమె రాజుకు ఫిర్యాదు చేసింది.

దర్జీని కోర్టుకు పిలిపించి నిజం మాట్లాడాలని కోరారు. అలా చేయకుంటే రాజ్యం నుంచి తరిమివేస్తానని చెప్పారు. దర్జీ దయ కోరాడు మరియు అతని కొడుకు తనను కలవడానికి వచ్చినప్పుడు, అతను తన కోపాన్ని వ్యక్తం చేయడానికి తన బూట్లలో కొంత గుడ్డను ఉంచి తన కొడుకుపై విసిరాడని వెల్లడించాడు. అతని కొడుకు ఇంటికి తీసుకెళ్లాడు. తరువాత, అతని భార్య దాని నుండి బ్లౌజ్ కుట్టింది. బీర్బల్ సరైనదని అక్బర్ అంగీకరించాడు. కాబట్టి, అతను బీర్బల్ యొక్క చురుకుదనం మరియు వివేకం కోసం ప్రశంసించాడు.

మొండి పిల్లవాడు

ఒకసారి బీర్బల్ ఆస్థానానికి ఆలస్యంగా రావడంతో అక్బర్ రాజు బీర్బల్‌పై చాలా కోపంగా ఉన్నాడు. అతను బీర్బల్‌ను ఇంత ఆలస్యం చేయడానికి కారణం అడిగినప్పుడు, "నా ప్రభూ! నా బిడ్డ నన్ను అడ్డుకున్నాడు. అతను నన్ను రానివ్వడం లేదు." కానీ అతని సమాధానంతో అక్బర్ సంతృప్తి చెందలేదు.

అక్బర్‌ని ఒప్పించడానికి, బీర్బల్ చిన్నపిల్లగా నటిస్తానని మరియు అక్బర్ తన డిమాండ్లను తీర్చడానికి తన వంతు ప్రయత్నం చేయాలని చెప్పాడు. అక్బర్ బాలుడిగా నటించడానికి అనుమతించాడు.

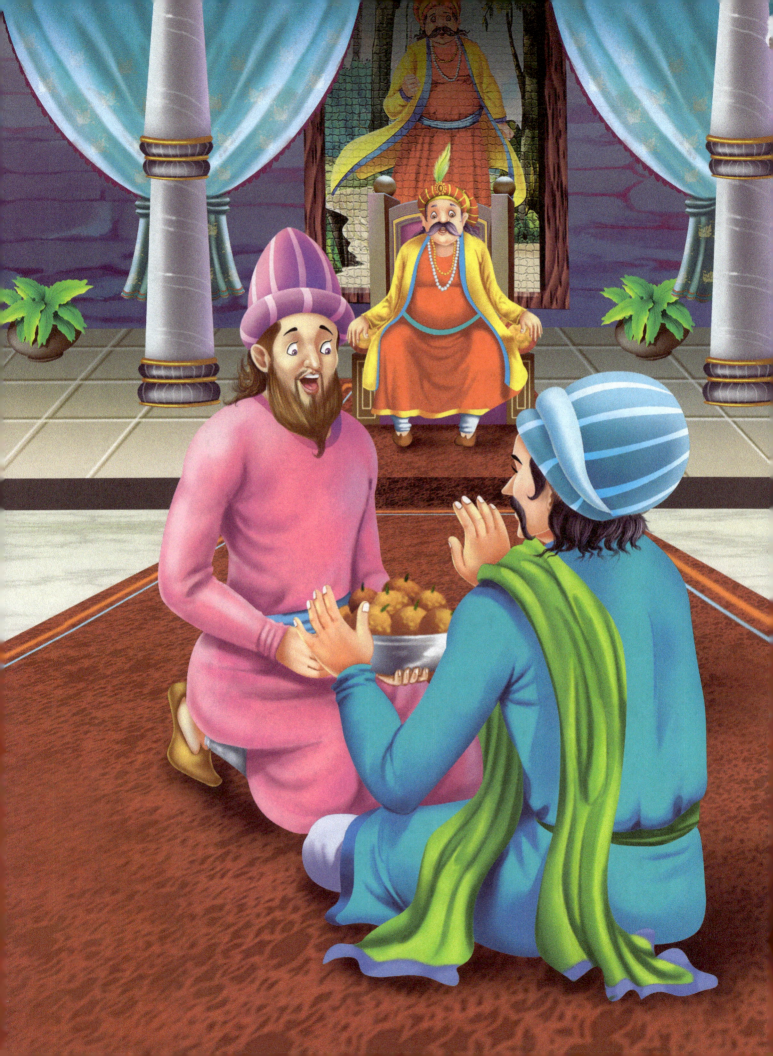

కాబట్టి, బీర్బల్ చెడిపోయిన పిల్లవాడిలా కుయుక్తులు విసరడం ప్రారంభించాడు. అతను అక్బర్ ఒడిలోకి వచ్చాడు. అక్బర్ బీర్బల్ అనే పిల్లవాడిని సంతోషపెట్టడానికి తన శాయశక్తులా ప్రయత్నించాడు కానీ అతని ప్రయత్నాలన్నీ పనికిరాకుండా పోయాయి. వెక్కి వెక్కి ఏడుస్తూ బీర్బల్ చెరకు అడిగాడు. చెరకు తెచ్చినప్పుడు, అక్బర్‌ను చిన్న ముక్కలుగా కోయమని అడిగాడు. అక్బర్‌కి చిరాకు వచ్చినా, చెరకును చిన్న ముక్కలుగా కోసాడు.

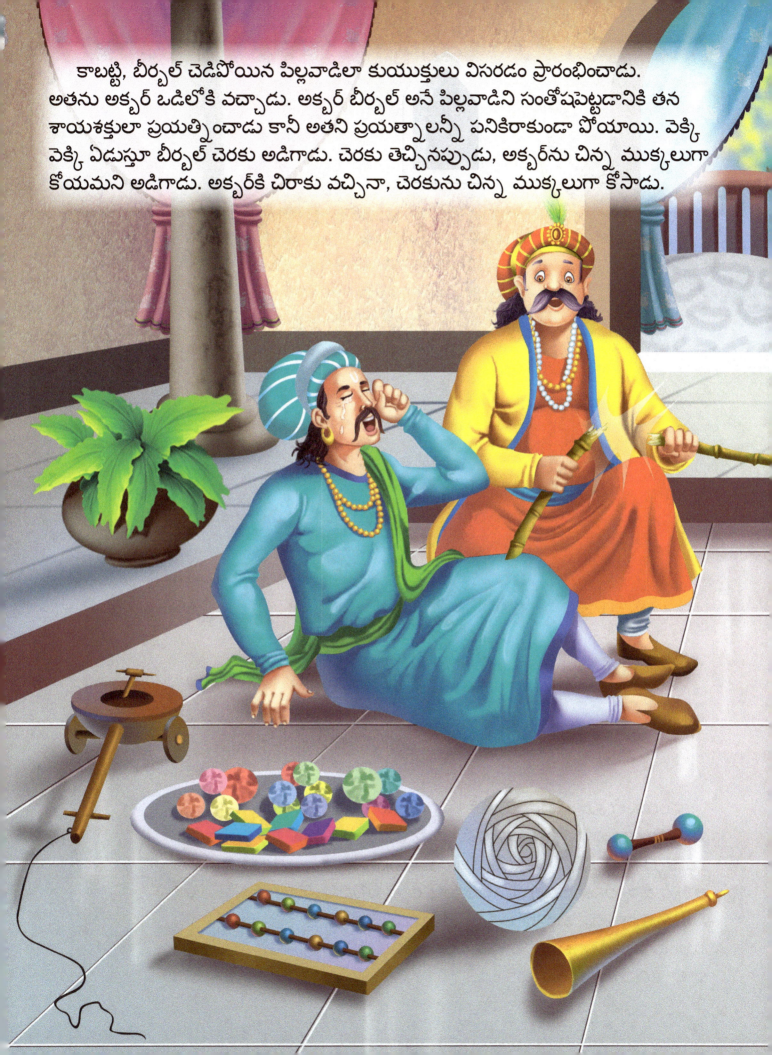

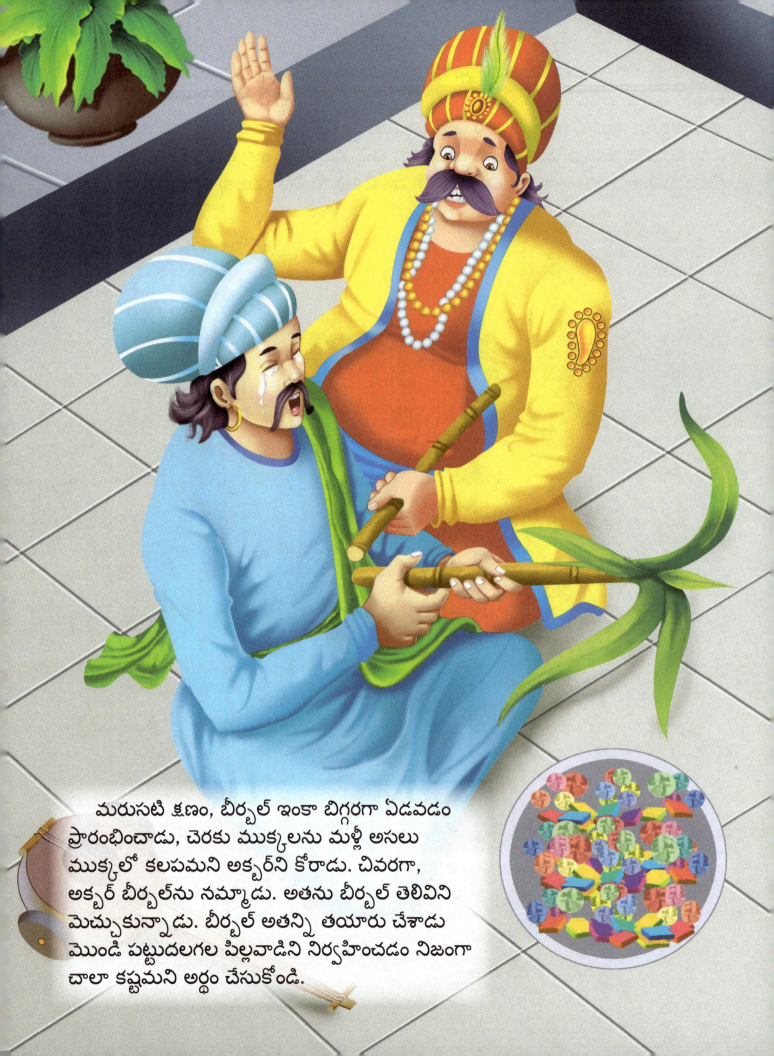

మరుసటి క్షణం, బీర్బల్ ఇంకా బిగ్గరగా ఏడవడం ప్రారంభించాడు, చెరకు ముక్కలను మళ్లీ అసలు ముక్కలో కలపమని అక్బర్‌ని కోరాడు. చివరగా, అక్బర్ బీర్బల్‌ను నమ్మాడు. అతను బీర్బల్ తెలివిని మెచ్చుకున్నాడు. బీర్బల్ అతన్ని తయారు చేశాడు మొండి పట్టుదలగల పిల్లవాడిని నిర్వహించడం నిజంగా చాలా కష్టమని అర్థం చేసుకోండి.

కోపంతో ఉన్న వ్యాపారి

ఒకప్పుడు, చాలా తక్కువ స్వభావం గల వ్యక్తి నివసించాడు. అతని పేరు క్రోధిరామ్. ఒకరోజు ఆహారం తింటూ ఉండగా అతని ఆహారంలో వెంట్రుకలు కనిపించాయి.

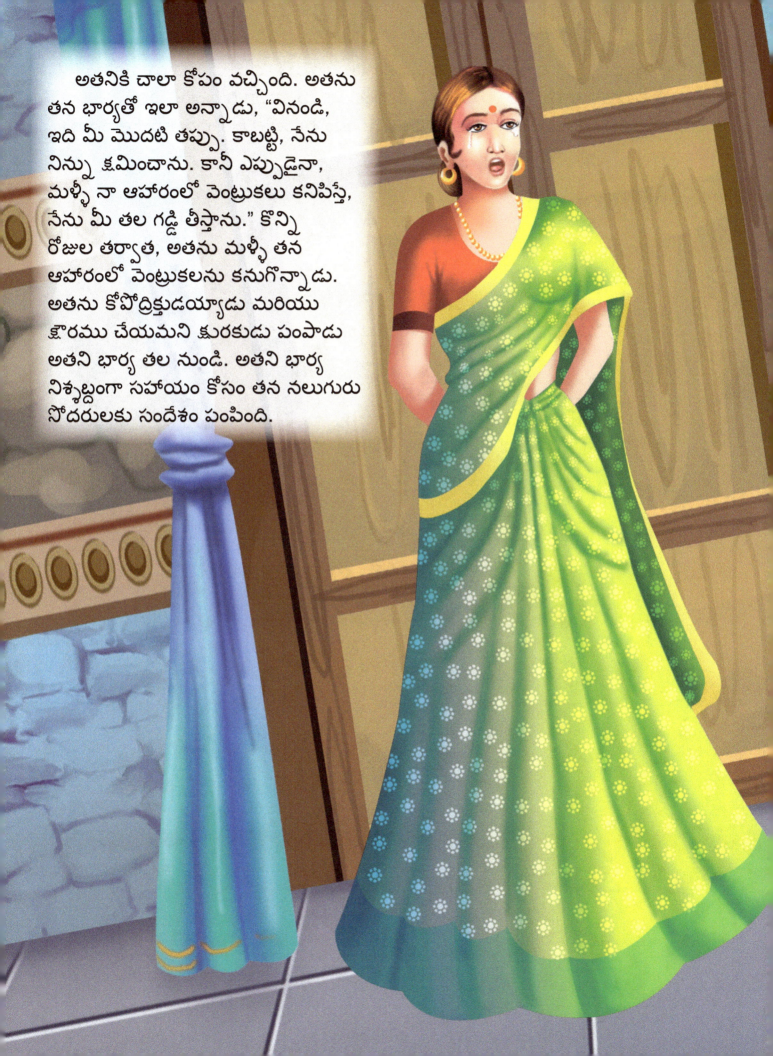

అతనికి చాలా కోపం వచ్చింది. అతను తన భార్యతో ఇలా అన్నాడు, "వినండి, ఇది మీ మొదటి తప్పు. కాబట్టి, నేను నిన్ను క్షమించాను. కానీ ఎప్పుడైనా, మళ్ళీ నా ఆహారంలో వెంట్రుకలు కనిపిస్తే, నేను మీ తల గడ్డి తీస్తాను." కొన్ని రోజుల తర్వాత, అతను మళ్ళీ తన ఆహారంలో వెంట్రుకలను కనుగొన్నాడు. అతను కోపోద్రిక్తుడయ్యాడు మరియు క్షౌరము చేయమని క్షురకుడు పంపాడు అతని భార్య తల నుండి. అతని భార్య నిశ్శబ్దంగా సహాయం కోసం తన నలుగురు సోదరులకు సందేశం పంపింది.

అప్పుడు, ఆమె లాక్ చేసింది ఆమె ఒక గదిలో.ఆమె సోదరులు సహాయం కోసం బీర్బల్ వద్దకు వెళ్లారు. బీర్బల్ వారితో, "మీరందరూ మీ బావగారి ఇంటికి ఎవరో చనిపోయినట్లు గుండు గీయించుకుని వెళ్లండి! నేను త్వరలో మీతో చేరతాను" అన్నాడు.

నలుగురు అన్నదమ్ములు గుండుతో తమ సోదరి ఇంటికి చేరుకున్నారు. కొంతసేపటికి బీర్బల్ కూడా వచ్చాడు అక్కడ దహన సంస్కారాల ఏర్పాట్లతో బీర్బల్ అంత్యక్రియల కోసం చితిని సిద్ధం చేయమని అబ్బాయిలను ఆదేశించాడు. అన్ని సన్నాహాలు చూసి వ్యాపారి ఆశ్చర్యపోయాడు. బీర్బల్ క్రోధిరామ్‌తో మాట్లాడుతూ, ఒక స్త్రీ తల గొరుగుట చేయవచ్చు కాబట్టి అతను మొదట చనిపోవాలి ఆమె వితంతువు అయిన తర్వాత మాత్రమే.

ఇప్పుడు క్రోధిరామ్ తన తప్పును గ్రహించాడు. అతను తన భార్య, ఆమె సోదరులు మరియు బీర్బల్‌కు క్షమాపణలు చెప్పాడు దుష్ప్రవర్తన. అక్కడ ఉన్న ప్రతి ఒక్కరూ బీర్బల్‌ను అతని మనస్సు మరియు వివేకం గురించి ప్రశంసించారు.

www.ingramcontent.com/pod-product-compliance
Lightning Source LLC
LaVergne TN
LVHW080053220825
819277LV00039B/707